Moto na Hamasa ya Kupata Nafsi

Pastor Naeema White

Yaliyomo

Maneno

Kuna wingi wa fasihi iliyoandikwa kuhusu kupata nafsi. Kurasa nyingi zimejazwa na njia tofauti za kimkakati za jinsi ya kutimiza kazi hii kubwa. Kwa miaka mingi, "jinsi ya" kueneza injili imekuwa hata sababu ya utata na ushindani kati ya waumini.

Kila wakati kunapokuwa na mkanganyiko, mtu mwenye hekima lazima asimame ili kuruhusu nia ya Mungu kukatiza mjadala. Ninaamini kwamba aya mbili katika sura ya tisa ya Methali zinatimiza hilo kwa ustadi."

"Matunda ya mwenye haki ni mti wa uzima; na yeye ashindaye nafsi ni mwenye hekima. Tazama, mwenye haki atalipwa duniani; na zaidi sana mwovu na mwenye dhambi."

- Methali 11:30-32 (KJV)

"Huu mstari wa Maandiko unapunguza umuhimu, nguvu, na urahisi wa kupata nafsi. Unaeleza kwamba sanaa ya kupata nafsi ni kuishi maisha yanayozalisha daima matunda ya haki, ambayo kimsingi ni kuishi kwa njia iliyo sahihi.

Je, si jambo la kushangaza kujua hilo! Tuzo zinazokuja kutokana na kuishi matunda ya Roho Njema ndizo zinazoshinda nafsi (Wagalatia 5: 22-26). Mambo mema unayoyapanda duniani yanakuwa mti wa uzima kwa wengine kuishi chini yake.

Tafsiri ya ujumbe wa methali hii kuhusu kupata nafsi kwa kutumia toleo la ujumbe (The Message) inasema:"

"Maisha mazuri ni mti
unaobeba matunda; maisha yenye

ghasia yanaharibu nafsi."

"Hii maandiko inapeleka ujumbe mkali! Wewe ni mshindi wa nafsi au unapoteza nafsi bila kusema neno. Aina ya matunda yanayozalishwa na maisha yako yanavuta au kuwakataza nafsi. Pasta White anaonesha kwa uzuri urahisi wa kupata nafsi katika maandishi yake. Anatuongoza kuelekea uhusiano wa kibinafsi na Mungu unaosukuma hamu ya kupata nafsi. Moto na hamasa ya kupata nafsi si kitabu cha njia tu. Hapana, marafiki zangu, kitabu hiki kinaongea na roho yako ili mwishowe utapate nafsi kama mtu mwenye hekima, si mpinzani. Kitabu hiki kinawasaidia kuchunguza nia zenu na kuchochea akili zenu! Nafurahi kuwa nacho mkononi mwenu. Natumai nguvu ya maneno ya Pasta White itawapeleka kutoka mikononi, kwenye akili zenu, na hatimaye kwenye mioyo yenu na moto na hamasa ya kupata nafsi kuwazunguke!

Christian B. Winters

Mwanaharakati wa Kikristo"

Utoaji

Naweka wakfu kitabu hiki kwa wazazi wangu wapendwa, Mama Dorothy Satchell na Baba Bruce Satchell.

Ninyi wawili mmeifanya hamu yangu kubwa ya kuingia mbinguni kuwa ya kusisimua zaidi. Ninawapenda na nawakumbuka sana!

Mama, kwa nguvu za Bwana naanza kuandika kitabu hiki wiki mbili baada ya wewe kuhamia mbinguni. Ilikuwa ngumu, lakini nilihisi motisha yako kwangu kukamilisha kazi hii!

Imekamilika!"

Shukrani

Yesu Mwokozi wangu, umefanya tena, asante! Nakupenda sana. Nitaimba daima sifa zako kwa ajili ya neema yako, wema, na upendo ambao unanionyesha daima!

Kwa mume wangu mpendwa, Vincent White, nakupenda na nakushukuru kwa upendo wako usiojificha! Unatoa mazingira ya upendo nyumbani kwetu ambayo yananiwezesha kuwa bora kabisa kwa Bwana na Mwokozi wetu Yesu Kristo.

Kwa malaika wangu mpendwa, Ne'Ana Joy, uwepo wako na sifa zako za kushangaza zinanifanya nisamehe daima. Ni baraka kubwa kuwa na wewe kama binti yangu!

Kwa mwanangu wa kiume mpendwa, Brandon, wewe ni taswira nzuri ya maombi yaliyojibiwa! Wewe ni mwana wa kiume niliyekuwa nikiihitaji na mume wa binti yangu niliyekuwa nikisali kwa ajili yake.

Kwa wapenzi wawili wa moyo wangu, ndugu zangu, Glenn na Wali. Ninawapenda kwa kila kitu ndani yangu. Mmeendelea kuwa walinzi wangu wa daima maishani mwangu!

Kwa mama mpendwa mwenye upendo, Evang Marie White, nakupenda sana.

Kwa mabinti wangu wapendwa wa ziada, Shannon, Sierra, Sloane, na Sabryah, namshukuru Mungu kuwa mna sehemu katika maisha yangu.

Kwa mama yangu wa kiroho, Askofu Beatrice Redmond, kwa upendo na hekima yako endelevu, nakupenda, Mama Askofu!

Kwa mwalimu wangu, Christian Winters, asante kwa kutoa kwa

daima wa Roho na hekima ya mwanaharakati wa Kikristo!

Kwa familia yangu na marafiki wapendwa wote.

Kwa wanangu wengi na binti zangu katika Injili.

Kwa dada zangu wapendwa, orodha ni ndefu, lakini mnajua ni akina nani. Nakupenda!

Utangulizi

Je, umewahi kufikiria kuhusu athari yako katika dunia hii?

Umewahi kwa uzito kuchunguza kusudi na lengo lako?

Je, uko tayari kwa tuzo kubwa ya Kiti cha Enzi Cheupe cha Mbinguni? Baba wa mbinguni atakwambia nini siku hiyo?

Ni maswali kama haya yaliyowasha moto moyoni mwangu na kunisukuma kwa shauku ya kupata waliopotea. Ilikuwa jambo la kibinafsi mwanzoni, kwa hamu yangu ya kugusa ulimwengu unaonizunguka. Kisha nikajenga mzigo kwa kila "mwenye kiti" katika mikusanyiko ya kanisa kote ulimwenguni, ili waweze kuhisi moto wa kupata nafsi.

Niliwaza jinsi itakavyokuwa ikiwa kila mwanachama wa kanisa ulimwenguni kote angekuwa mshindi bora wa nafsi. Ni maombi yangu yasiyo na matumaini kwamba kila msomaji wa kitabu hiki atapata mgawanyo wa roho. Ninamuomba uone kupata nafsi kwa mwanga tofauti. Naweza maneno unayosoma kuzindua yaliyolala ndani yako.

Kama vile Roho wa Bwana alivyochochea moyo wangu na shauku ya kupata nafsi, maombi yangu ni kwamba moyo wako pia utaungua. Baada ya kusoma, tafadhali wapitishie mwamini mwingine! Beba taa, ipitishe taa!

Pasta Naeema White
BC International Ministries

Sura ya 1
Je, Unanipenda Kweli?

"Baada ya kifungua kinywa, Yesu
akamwuliza Simoni, 'Petro, mwana wa
Yohana, Je, unanipenda kuliko hawa?'
Yohana 21:15 NLT"

"Ninaanza mzunguko wa mazungumzo, swali maarufu ambalo kila mtu anataka kujua ni hili, 'Je, unanipenda?' Ni swali la uhusiano.

Swali hili litajibu na kufafanua kikamilifu jinsi mtu ambaye uko naye katika uhusiano naye anavyohisi juu yako. Kuuliza maswali kama haya, naweza kukuamini? Naweza kutegemea nawe? Je, unajali na kupenda mambo yaleyale ninayopenda? Na orodha inaendelea. Ni uchunguzi wa hali, hii ndio Yesu anayompa Petro.

Bila shaka, tunajua kwamba Yesu anajua jibu la swali hili. Mkakati halisi ambao Yesu alitaka kufanikisha katika moyo wa Petro ni huu, ufunuo wa jinsi moyo wa kweli na roho ya kueneza injili inavyoonekana. Tunajua kwamba kutoa mfano na kuuliza maswali vilikuwa njia za kupenda za Bwana kuzungumza na mwanadamu alipokuwa duniani.

Yesu anasema nini? Ujumbe wake ni wazi kabisa, upendo umekuwa ufunguo daima wa kufikia mioyo ya watu. Naweza kusikia Yesu akisema, 'Hebu, Petro, nihitaji ufahamu jambo moja, kile mnachojitayarisha kuanza katika ulimwengu huu lazima kiwe na kichocheo cha upendo. Kabla hujaweza kuwapenda wale walio kupotea katika ulimwengu huu, lazima kwanza uanzishe upendo wako usio na kikomo kwangu. Unaona, Petro, ikiwa utabeba moyo wangu kwa waliopotea, utawapenda walio kupotea kama unavyonipenda mimi. Tufahamu kuwa Baba yetu Mungu tangu mwanzo alihitaji tumpende bila kukoma. Kumbukumbu la Torati 6:5 linasema, 'Nawe utampenda Bwana Mungu wako kwa moyo wako wote, kwa roho yako yote, na kwa nguvu zako zote.'

Katika sura hiyo hiyo ya Yohana 21, katika aya ya 16, Yesu pia anamwagiza Petro kuwalisha kondoo wake. Kwanza aliweka wazi kwamba Petro alimpenda, kisha amri ikaja kwa Petro kuwalisha kondoo wake. Hii ndio amri kuu, kwenda ulimwenguni kote kuwaokoa walio kupotea. Kabisa ikiendeshwa na upendo wetu halisi na safi kwa Yesu Kristo. Jiulize hili, Je, mimi kweli ninampenda Yesu kwa kila kitu ndani yangu? Sasa jiulize swali hili, kwa nini mimi nampenda Yesu?

Tuzungumzie juu ya nguvu ya upendo, maandiko yangu mawili pendwa ni haya:"

"Kitambo Bwana alisema na Israeli, 'Nimewapenda ninyi, watu wangu, kwa upendo wa milele. Kwa upendo usio na kushindwa, nimewavuta kwangu.' Yeremia 31:3 NLT

Kwa maana ndivyo Mungu alivyolipenda ulimwengu:

"Siri inaonekana tena, na hiyo ni upendo, upendo ndiyo siri ya kushinda nafsi.

Katika Yeremia 31:3, Mungu alitangaza kwamba upendo wake kwa Israeli ni wa milele.

Upendo ambao ni wa milele na hauwezi kushindwa. Alisema ni kwa aina hii ya upendo ndio nimewavuta kwangu.

Kisha tunapoona katika Yohana 3:16 kwamba Mungu alipenda ulimwengu sana, hata akatoa Mwanawe pekee. Tunajua kuwa kuna aina mbili za tabia za kushinda nafsi. Mifano moja na mbili:

Moja: ikiwa hutabadilisha maisha yako na kumkubali Yesu kama Bwana na mwokozi, utakwenda motoni na kuungua milele!

Mbili: je, unafahamu kwamba kuna Mungu mbinguni, alitoa Mwanawe pekee kufa kwa ajili ya binadamu. Alifanya hivi kwa sababu anatupenda sana. Ikiwa tunachagua kuamini katika Mwanawe Yesu Kristo, tutarithi uzima wa milele!

Sasa nakuuliza, kutoka kwa ipi kati ya hizo mbili unahisi upendo wa Mungu zaidi?

Kwa upendo na fadhili, alituvuta kwake. Kwa hiyo, lazima tuongoze njia ya kushinda nafsi kwa upendo. Lazima tupende nafsi za watu.

Ni Roho wa upendo wa Mungu utakaojenga walio kupotea. Kwa hivyo, lazima tuwe na upendo wa Mungu."

Tusali

Bwana Yesu, tafadhali kamamilishe upendo wako ndani yangu, nibatize katika bwawa la upendo wako. Nisaidie kuwapenda wanadamu kama vile unavyowapenda, ili upendo wangu kwako na kwa walio kupotea uwe kamili. Ulisema kwamba upendo kamili hufukuza hofu yote, kwa hiyo natabiri na kutangaza kuwa mimi ni shahidi hodari na asiyeogopa kwa ufalme wako. Natamani kupokea mgawanyo wako wa upendo sasa hivi kwa jina la Yesu, amina."

1. Eleza upendo na shauku uliyo nayo kwa Yesu Kristo

____

____

____

____

2. *Ni nafasi yako ya mavuno/ushuhuda? (Pambanue moja)*

Mwenye mamlaka   Makini kwa undani

Anayependa na Mwenye Shauku

Hukumu   Kuhubiri

3. Kulisha kondoo wangu" inamaanisha nini kwako?

____

____

____

Sura ya 2
Idadi ya Nafsi

"Lakini Petro akasema, 'Hina fedha wala dhahabu sina, lakini nilicho nacho, nipe. Kwa jina la Yesu Kristo, Msamaria, simama uendelee kutembea!'" - Matendo 3:6

"Idadi yetu ya nafsi ni kila kitu, inazungumza kwa kiasi kikubwa. Tunachofanya kwa ufalme wa Mungu ni nini? Je, tunaimba, kuhubiri, kufundisha neno, kuhudumu katika muziki, kutembelea wafungwa, je, wewe ni Pasta, kutembelea wagonjwa, kutumikia kama mhudumu wa kanisa, kucheza katika ibada, kuwalisha wenye njaa? Huduma hizi zote ni muhimu sana, lakini hapa ndipo ukweli unapokuja. Huduma tunazotoa katika ufalme wa Mungu, zinaweza kufanyika bila kuwaokoa au kuwaunganisha nafsi moja tu kwa ufalme wa Mungu. Kusudi kuu la kila tunalofanya kwa ufalme lazima daima liwe na matokeo ya kuleta nafsi kwa Kristo. Ikiwa hii ndio lengo letu kuu, karamu ya kucheza ibada inaweza kuokoa nafsi, mhudumu anaweza kuokoa nafsi, mpigaji kinanda anaweza kuwaleta walio kupotea. Niambie, ikiwa moyo wetu ni kwa kushinda nafsi, utaratibu wa Roho wa maisha yetu utashirikiana na karama yetu na kuwaleta walio kupotea kwa Kristo.

Nini maana ya idadi ya nafsi? Ni uwezo wa dhamiri na ufahamu wa kufanya kwa makusudi juhudi za kuleta waliopotea. Tutadocument kila mtu anayekutana nasi kila siku na kuwapa uchunguzi wa maisha. Tunatumia neno "uchunguzi wa maisha" kwa sababu inafanana na jinsi madaktari wanavyotumia stetoskopu, ili kugundua ikiwa mtu bado yu hai. Kwa hivyo, unapokuwa na mazungumzo na mtu asiyefahamika, hautaruhusu waondoke bila kuwauliza swali hili, 'Je, umewahi kukubali Yesu Kristo kama Bwana na mwokozi wako?'

Nafasi hii ya kuvuna inaweza kutokea tu tunapokuwa na makusudi kamili na ufahamu, au neno bora zaidi ni 'kuamka.' Unaposikia neno 'kanisa limekuwa jitu lililolala,' linazungumza juu ya kushirikiana kwetu ulimwenguni na wasioamini. Wasioamini ambao wanahitaji kwa dharura kushtuliwa kwa haki. Lakini kwa bahati mbaya, mtindo wetu wa maisha kama waumini katika dunia hii unaanza kujaa sana na ratiba zetu kali za kila siku. Tusisahau, wengi wetu tunafanya kama Wakristo wa Magharibi wa karne ya 21. Maana tunayo staili ya kisasa linapokuja suala la maendeleo ya ufalme wa Mungu. Ni 'staili ya kufanya kila kitu kulingana na urahisi wangu.' Sijui nawe, mara nyingine nami ni mwenye hatia ya hilo. Maisha yangu yanaweza kujazwa na mambo ya kufanya kutoka saa hadi saa, dakika hadi dakika. Na mara nyingi ni shughuli za 'kazi ya kanisa' au huduma. Lazima tukumbuke kuwa kila kitu tunachofanya kwa ufalme lazima kiwe na lengo la kuleta au kukomaa kwa nafsi. Ufunuo wa mavuno lazima uwe kila wakati.

Ikiwa hatuamki kwa kusudi na kuanza kuona uharibifu wa mazingira yetu, hatutakuwa kamwe na ufahamu wa ni nani anahitaji wokovu. Kwa kweli, ni nidhamu inayofanywa kila siku.

Kwa hivyo, katika maandiko yetu ya ufunguzi, tunaona Petro na Yohana wakiwa njiani kuelekea hekaluni kusali. Wanakutana na mmbembeaji ambaye yuko katika hekalu kila siku akiomba. Labda, amekuwa akisahauliwa mara kwa mara, na nina uhakika alijulikana kama "mmbembeaji wa hekalu

." Hii ilikuwa fursa kubwa kwa Petro na Yohana kuwa na makusudi. Walimwamuru mmbembeaji kuwaangalia. Walisema, 'Tutazameni,' kisha. mara moja kwa mmbembeaji walisema hivi, 'hatuna fedha wala dhahabu.' Maana hatuna pesa kwa sasa, lakini tunacho unachohitaji. Lazima daima tuwe waangalifu kwa watu wanaotuzunguka, tukiwa na ufahamu wa mahitaji yao kwa Yesu. Ninakumbuka siku ile wakati wazo lilipokuja kwangu, Naeema unawashirikisha watu wangapi kwa kweli na Injili kila siku? Yaani, watu ambao naweza kwa hakika kusema kwamba nilijaribu kwa makusudi kushirikisha Injili nao au kuwaongoza kwenye sala ya wokovu? Wangapi? Kila siku, kila wiki, kila mwezi, kila mwaka???

Lazima niseme kwamba nilijisikia aibu sana, aibu sana baada ya miaka mingi ya kuwa Mkristo. Sikufanya idadi ya nafsi kwa kawaida. Kwa kweli, kitabu hiki kilizaliwa kutoka kwa kushtushwa huko idadi ya nafsi. Nataka uchukue kitu, tazama takwimu hizi:

Zaidi ya watu 250,000 wanakufa kila siku, wanapoondoka duniani, wataenda mbinguni au kuzimu. Kuna makadirio kwamba watu 3 wanakufa kila sekunde, watu 180 wanakufa kila dakika na watu 11,000 wanakufa kila saa. Tunatumai kuwa ufahamu huu utatuamsha kwa hatua na ufahamu."

Tusali

Bwana Yesu, tafadhali nisamehe kwa mara nyingi ambazo sikuifanya kuwa kipaumbele kushinda waliopotea katika maisha yangu. Leo naungama dhambi hizo za kuwaacha walioondoka duniani ambao ningeweza kuwaleta kwako. Naomba unisensitize kwa ulimwengu huu uliopotea. Nipe moyo wako kwa ajili ya nafsi zilizopotea, Yesu nipe uzito wa mzigo wako kwa walio kupotea. Naomba kwa jina la Yesu uwezo wa kuchukua hatua kila siku.

Nena kupitia mimi kwa jina la Yesu, nisaidie kuwa mshindi mwenye shauku wa nafsi.

Sura ya 2: Kitabu cha Kazi:

1. Jumla ya watu wangapi ungependa kusema unashuhudia/kushinda kwa Kristo kila wiki?

    (Chagua moja)

1   2   3   4   5   6   7   8   9

10+

2. Je, kushinda nafsi kunakupitia akilini mwako wakati wote wa siku yako?

    (Chagua moja)

Daima Mara nyingineKamwe

3. Karama gani unayotumia katika Ufalme wa Mungu?

    (Chagua moja)

Uimbaji   Kuhubiri/Kufundisha Kucheza muziki   Fundi Usher/Greeter Katibu Kueneza Injili Ukarimu

Sura ya 3
Uhalisia wa Nafsi Iliyopotea

Kisha atawaambia wale upande wake wa kushoto, 'Ondokeni kwangu, mlaaniwa, mwende katika moto wa milele uliotayarishwa kwa Ibilisi na malaika zake.' - Mathayo 25:41

Hakuna mwisho mzuri kwa nafsi inayomkataa Yesu Kristo. Kumbuka kwamba kujikataa kwa Yesu kama mwokozi ndilo litakalokufanya usiingie mbinguni. Kwa sababu kila nafsi itapata fursa ya kusikia ukweli wa ujumbe wa Injili. Injili itahubiriwa ulimwenguni kote, kabla ya kurudi kwa Bwana na Mwokozi wetu Yesu Kristo. Tuna nafasi kama waumini waliozaliwa upya kushiriki kwa undani ujumbe wa ukweli wa Injili kwa mtu kwa mtu. Hii inampa asiyeamini waziwazi na uelewa wa kina. Hawasikii tu juu ya Yesu, wanapata ufafanuzi wa hatua kwa hatua kuhusu Yesu. Kama mashahidi wenye ufanisi, asiyeamini atakuwa na fursa bora zaidi ya kumkubali Yesu Kristo.

Ikiwa asiyeamini anakataa ujumbe wa Injili, wataenda kwenye moto wa milele. Moto wa milele ambapo wataishi milele na kupoteza fursa ya kumkubali Yesu kama Bwana na Mwokozi wao. Hii ni mahali ambapo hauwezi kutaka adui yako mbaya aende.

Biblia inasema kutakuwa na mateso ya milele katika ziwa la moto la kuzimu. Hii pekee inapaswa kutufanya tujitume kushiriki Injili na kila mtu tunayekutana naye. Tunaweza kufanya hivyo kwa kushiriki ujumbe mfupi wa wokovu au kwa njia ya kutoa nakala ya Injili."

"Moyo wa asiyezaliwa upya hufanya kazi hivi kwa sababu hautambui ukweli wa Neno la Mungu.

Kuzimu ndio ukweli kwa familia zetu, marafiki, wenzetu kazini, majirani, na wageni tunawaona dukani ambao hawajakubali Yesu Kristo.

Naomba tusali:

Mungu Baba wa mbinguni naomba leo kwa ari na dharura yako ienee moyo wangu kwa walio kupotea.

Bwana Yesu nisaidie kuwaokoa wengi kutoka kwa kishiko cha moto wa kuzimu, kwa ujumbe wa Injili. Nipate kuwa na ushuhuda kwamba wengi wameokolewa kutoka Kuzimu kwa sababu ya ushuhuda wangu. Nisaidie kamwe nisijisikie tulivu na kutojali kuhusu nafsi zinazokufa bila Yesu Kristo kila siku. Tafadhali nisaidie kuwa na ufahamu wa daima wa kusudi la kuokoa nafsi zilizopotea, kwa jina la Yesu, amina."

Kitabu cha Kazi cha Sura ya 3:

1. Una hisi vipi kuhusu uharibifu wa nafsi kwenda Kuzimu?

____

____

____

2. Uzito wako kwa walio kupotea ni mkubwa kiasi gani?

(Chagua moja)

Sana   Kiasi   Sio sana   Hufikirii kuhusu hilo sana

3. Mpango wako wa hatua ya haraka kushinda waliopotea katika mzunguko wako wa karibu ni upi?

____

____

____

Sura ya 4
Niruhusu Nipate Kuangalia Ndani

"Mimi, Bwana, nawachunguza mioyo, nawajaribu akili, hata kumpa kila mtu kulingana na njia zake, kulingana na matokeo ya matendo yake." - Yeremia 17:10

"Kila kitu tunachofanya kwa ufalme wa Mungu lazima kiwe kinatokea moyoni mwetu safi. Hii ni rahisi kusema kuliko kufanya. Mara nyingi tunazungumza kuhusu jinsi mpinzani wetu alipoteza nafasi yake mbinguni. Hii ilitokana na kiburi chake, ubinafsi, na hamu ya kupokea utukufu uleule ambao Mungu wetu alipokea. Tunasema kama 'mtu anawezaje kuwa na ufikiaji wote wa hazina za mbinguni na kuzipoteza kwa utukufu wa bure'? Sasa, hapa ndipo palipo na ukweli wa kuumiza, kama waumini waliozaliwa upya, tunapambana na masuala ya moyo yanayosababisha maadui wetu kushindwa. Kwa bahati mbaya, yanajitokeza katika DNA yetu isiyo zaliwa upya, katika eneo letu la nafsi.

Tutagundua kuwa ni rahisi sana kutamani kutambuliwa, kusifiwa, na kupata utukufu kwa kile tunachofanya kwa Mungu katika ufalme. Ni kawaida kabisa kwa binadamu kutamani kuthaminiwa kwa kazi nzuri.

Hakuna kitu kibaya katika kutaka kujisikia kutambuliwa. Hata hivyo, kutaka sifa kwa kazi nzuri, inaweza kuwa rahisi kutiwa doa wakati inachochea kujituma. Wakati kuna uhamisho wa ibada ya moyo, inaweza kugeuka kwa urahisi kuwa ibada ya nafsi.

Tunapaswa kukumbuka kwamba Bwana anachunguza mioyo yetu na kutupima akili zetu tunapomtumikia.

Sasa tunapaswa kuchukua vipimo vya mara kwa mara kwa moyo wetu wenyewe.

Kuhakikisha kwamba tunamtukuza Mungu bila kutafuta sifa kutoka kwa mwanadamu, na daima kujinyima nia zetu za ubinafsi.

Tunaweza kufanya hivyo kwa kufanya hivyo kuwa suala la maombi. Kumuomba Mungu atujalie unyenyekevu wa kweli, na kurejea sala ya Daudi kila siku: "Uniumbie moyo safi, Ee Mungu, na kufanya roho yenye adili imetengezwe ndani yangu." Zaburi 51:10

Tunapochungulia ndani, tunajitathmini kuhusu nia zetu. Tutajua kuwa mioyo yetu iko katika nafasi sahihi, wakati hatutaki tena kupata sifa au kusifiwa kwa kile tunachofanya kwa ufalme. Wakati hatutafuti kutambuliwa na mwanadamu tena. Fikiria jambo hili, itakuwaje kuwa na wakati huo wa kuelewa. Wakati ambapo lengo letu kuu ni kumletea utukufu Mungu pekee. Hii itahitaji maombi na kujisalimisha kwa mapenzi kamili ya Mungu. Ukweli ni kwamba wengi wetu hatupingi kufanya kazi ya ufalme, tatizo ni kwamba mara nyingine tunataka kidogo cha utukufu na sifa kwa ajili yetu wenyewe.

Biblia inasema kuwa moyo ni wa kikatili sana, kisha inauliza swali hili? 'Ni nani awezaye kuujua?'

Maandiko hayo yanazungumza juu ya mwanadamu kutokuwa na uwezo wa kila wakati kujua kwa undani siri za moyo wake. Itahitaji mazoezi ya kuiweka mioyo yetu kila siku kwenye madhabahu ya kafara ya Mungu. Hii inafanywa kwa njia ya sala na toba kila siku. Hii itakuwa njia ya uhakika na yenye ufanisi wa kuweka moyo wetu safi mbele za Bwana.

Tutagundua kwamba kuwa na moyo uliozaliwa upya, ni sehemu kubwa katika kuwa na mtazamo wa kujitolea na wa kudumu kuhusu amri kuu. Tunapowaona kwa macho ya Yesu na kuhisi huruma yake, tutapata wongofu wa kila siku unaokua na kuwa uwakilishi mzuri wa moyo na akili ya mwokozi wetu."

Hebu tusali:

Bwana Yesu, tunajua kwamba mioyo yetu inaweza kutudanganya. Tunajua inaweza kuunda kiti chake cha enzi. Tafadhali Bwana safisha moyo wangu na nawa na nia zangu. Nisaidie daima kuwa na fikra kwamba lazima nikutukuze wewe. Tafadhali nisaidie kufanya wewe kuwa lengo kuu la kile ninachofanya kwa ufalme. Tafadhali nisamehe kwa nyakati ambazo nimechukua utukufu wako au hata kushiriki nao nawe. Kwa jina la Yesu amina.

Kitabu cha Kazi cha Sura ya 4:

1. Je, unafuatilia Uwazi wa moyo wako?

    (Mzunguko mmoja)

    Ndiyo Hapana

2. Je, unapata rahisi kusamehe na kusahau?

    (Mzunguko mmoja)

    Ndiyo Hapana

3. Maana ya msemo "Mpe Mungu Utukufu" inamaanisha nini kwako?

____

____

____

____

____

____

Sura ya 5
Saa Inayosonga

12 "Tazama, naja upesi! Thawabu yangu iko pamoja nami, nami nitampa kila mtu Kulingana na kile walichokifanya. 13 Mimi ni mwanzo na mwisho, wa kwanza na wa mwisho, mwanzo na mwisho. 14 "Heri wale wanaosafisha mavazi yao, ili wawe na haki ya mti wa uzima na waweze kuingia katika malango ya mji.
Ufunuo 22: 12 2-15

Sio   siri   kwamba   ulimwengu   unaendelea haraka Covid kupungua. Covid 19 yenyewe

Je! Tunaweza kusema kuwa tunaishi katika nyakati za mwisho? Bila shaka ndivyo. Je! Tunachukua hatua kwa haraka kama tunavyopaswa? La, hatufanyi hivyo!

Waza hivi: unangojea kituo cha treni, kuna watu kadhaa wanaosimama kwenye jukwaa pamoja nawe. Ghafla unaona treni ikikaribia polepole, kadri treni inavyosogea karibu na jukwaa, unamwona msichana mdogo akisogea haraka kuelekea ukingoni. Inaonekana anataka kujitosa mbele ya treni.

Mara moja unapoona hatari iliyokuwepo mbele ya msichana huyu, unamshika haraka nyuma na kumtoa kwenye njia ya hatari.

Sasa jiulize swali hili, ni nini kilichokuwa tofauti kuhusu aina hii ya hatari, ikilinganishwa na nafsi asiyeamini ambayo inaelekea kuzimu?

Jibu lako labda litakuwa hatari ilionekana kuwa halisi zaidi kwako.

Kwa hivyo hapa ndipo ukweli ulipo, tunahitaji kuweza kuhisi ukweli wa nafsi zilizopotea.

Kila siku tunaona watu wakitembea karibu na ukingo wa kifo. Wanajaribu kujitosa mbele ya treni inayosonga haraka. Watu katika ulimwengu huu ambao hawamjui Yesu Kristo kama mwokozi wao binafsi wanatembea mbele ya treni inayosonga haraka kila siku.

Isipokuwa tuwe na haraka na kuwaokoa kutoka kwa hatari, adui wa kifo atawameza. Kumbuka nilivyosema katika sura ya 3, nguvu iko katika "kukubali Kristo." Mashindano ya Shetani ni kuhakikisha kuwa walio kupotea hawakubali Kristo. Kila mtu atasikia injili, kumbuka kwamba mwanadamu anatakiwa kusikia injili kisha kufanya uamuzi wa kumpa Kristo mioyo yao. Wengi watasikia lakini bado hawataikubali Yesu Kristo kama mwokozi wao binafsi. Ikiwa tutafanya kazi kama wavunaji wenye ufanisi, wasioamini ambao wanakawia kuamua wataweza kusikia injili mara kadhaa kabla ya kufanya uamuzi. Biblia inasema kwamba mmoja atapanda, mmoja atamwagilia, lakini Mungu ndiye atakayekuzaongeza. Saa inasonga kwa kweli kwa sababu hatujui ni lini tutaiacha dunia hii. Inaweza kuwa ni ugonjwa, ajali, uzee au njia yoyote inayowezekana. Kwa hivyo, kuchelewa kwetu kushiriki injili na kila mtu anayetuuzunguka kunaweka waliookoka katika hatari kubwa. Hatari ya moto wa jehanamu.

Twende kwa maombi:

Bwana Yesu, tafadhali ondoa uvivu kutoka maishani mwangu. Nisaidie kutenda kwa haraka na kushiriki injili na kila mtu karibu nami. Nipe nihisi mapigo yako daima kwa ajili ya waliopotea. Asante kwa kunifanya kuwa mwenye hisia zaidi kwa Roho Mtakatifu kuliko hapo awali. Nifanye kuwa macho na tahadhari kila wakati kwa jina la Yesu, amina.

Kitabu cha Kazi cha Sura ya 5:

1. Mara ngapi unafikiria kuhusu nyakati za mwisho?

   (Pambazuka Moja)

Kila siku   Wakati mwingine   Sio   Mara nyingi

2. Eleza maana ya neno hili kwako: "Nafsi itendayo dhambi itakufa"

   ____

   ____

   ____

3. Kwa maoni yako, "Kuwa shahidi wa dharura" kunamaanisha nini?

   ____

   ____

   ____

4. Je, unabeba vijikaratasi vya injili nawe kila siku?

   (Circle One)

   Ndiyo Hapana

Sura ya 6
Daraja Juu ya Maji Yaliyotatizwa

*"9Lakini ninyi si hivyo, kwa maana
mmekuwa watu teule. Ninyi ni makuhani wa
kifalme, taifa takatifu, mali ya Mungu
mwenyewe. Kusudi mlitangaze matendo makuu
ya Mungu, aliyewaita kutoka gizani mkaingie
katika mwanga wake wa ajabu.*
1 Petro 2:9 NLT

Hebu tuzame katika ufafanuzi wa maneno mawili muhimu, kwanza neno "daraja": kitu kinachounganisha na kuunganisha.

Neno la pili ni "mwombezi": mtu anayeingilia kwa niaba ya mwingine."

Kama nafasi yetu kama mashahidi na wavunaji, tunazidiwa kuwa maneno haya mawili. Tunaleta daraja kwa kuunganisha mwanadamu tena na uhusiano wa kweli na Mungu.

Tunaombea kwa sababu hatuchapishi injili pekee, bali pia tunasali kwa bidii kwa ajili ya watu wasiookolewa katika ulimwengu huu. Mara nyingine tunaposafiri barabarani, tunaweza kuona daraja kwenye barabara kuu. Kawaida, ndiyo njia pekee ya kufika upande mwingine.

Tunapaswa kuchukua moyo na akili ya kuwa waunganishaji wa kiroho. Kwa kweli, sisi ni daraja juu ya maji yenye matatizo. Tunavuta kwa bidii kwa ajili ya nafsi zilizopotea katika ulimwengu huu kuwaunganisha tena na Mungu.

Biblia inasema kuwa sisi ni nuru ya ulimwengu. Kila mahali penye giza katika ulimwengu huu, tunaitwa kuleta nuru."

"Roho wa Bwana yu juu yangu, Kwa kuwa amenitia mafuta kutangaza habari njema kwa maskini; Amenituma ili nitangaze ukombozi kwa wafungwa, Na kuwaponya vipofu waweze kuona, Kuwaacha huru wao waliosetwa, Luka 4:18 NLT

The passage from Luke 4:18 indeed reflects the mission of our Lord and Savior Jesus Christ during His time on Earth. As believers in Christ, we are called to continue this mission through the Great Commission. We have been empowered by the Holy Spirit to bring the message of life to humanity and to serve as bridges that connect people back to God.

Abraham's heart for the people of Sodom and Gomorrah serves as an inspiring example. His intercession on behalf of the city, pleading for the righteous, shows his deep concern for the well-being of others. It reminds us of the importance of not only seeking our own salvation but also having a heart for those around us.

It's essential to examine our own lives and consider who we have not yet shared the message of Jesus with, whether it's colleagues at work, people in our neighborhood, family members, or friends. There is indeed much work to be done in spreading the Gospel and being bridges of hope and salvation to those who need it.

Tusali:

Bwana Yesu nisaidie kusali kila siku ili nipate uwezo wa kuwa daraja la tumaini na uzima kwa binadamu. Nipe roho yako ya kusimama katika maombezi. Nifundishe jinsi ya kutembea katika Roho kila siku. Nifumbue macho yangu kwa wale wanaokuhitaji. Nipe kusikia na moyo wako. Nifanye kuwa shahidi imara kwa ufalme wako kwa jina la Yesu, Amina.

Sura ya 6 Mwongozo:

1. Tunawezaje kujenga daraja na watu tunaoingiliana nao?

   ____

   ____

   ____

2. Tafsiri maana ya neno "Mwombezi"

   ____

   ____

   ____

3. Taja watu 10 katika mzunguko wako ambao wanahitaji kukubali Kristo kama Mwokozi:

   Kazi   Jirani   Familia   Marafiki

   1._______________   6._______________

   2._______________   7._______________

   3._______________   8._______________

   4._______________   9._______________

   5._______________   10._______________

Sura ya 7
Mikono Iliyojaa Damu

Lakini ikiwa mlinzi anaona upanga unakaribia na hauipi tarumbeta na watu hawana onyo, na upanga unakaribia na kumchukua mmoja wao, atachukuliwa mbali kwa sababu ya uovu wake na dhambi yake; lakini nitahitaji damu yake kutoka kwa mkono wa mlinzi. (Ezekieli 33:6 AMPL)

Nilifikiria orodha ya sababu za kwanini tunaweza kukosa katika eneo la kuokoa roho. Angalia orodha hii hapa chini, unadhani nini?

1. Ratiba ya shughuli nyingi

2. Sio mtu wa watu

3. Sina ujasiri katika kushuhudia

4. Sina mzigo wa kuwaokoa waliopotea

5. Familia na marafiki wangu tayari wameshokolewa

Hapa kuna ukweli kamili, sisi kama Wakristo tunaagizwa kutimiza amri kuu.

Hii haikuwa mapendekezo kutoka kwake, amri hii ilitoka kwenye undani wa moyo wa Yesu. Ni shauku ya milele ya Yesu kwa wanadamu kuunganishwa tena na Baba Mungu.

Tunakutana na adhabu kali sana tukipuuza amri hii. Mungu anasema kwamba sisi ni wajibu kwa roho zilizopotea ambazo tunakutana nazo kila siku. Ni wazi kabisa kwamba ikiwa tutashiriki ujumbe wa wokovu kwa uzembe, damu ya wasioamini itakuwa mikononi mwetu.

Yesu anaita tuwe walinzi, angalia hii "Google" maana ya neno "walinzi" ni kwamba "mlinzi ni mtu

ambaye amepewa orodha maalum ya majukumu katika sala na vita ambavyo vina majukumu yafuatayo kwa mwili wa Kristo: ulinzi, ulinzi, uangalizi, onyo, ufunuo, mashambulio, utekelezaji wa hukumu zilizoandikwa juu ya mamlaka na nguvu za kishetani."

Je, tuko kwenye kazi yetu au tuko kwa utulivu? Ukweli wa haraka niligundua ni huu, hatuna kisingizio linapokuja suala la kutoa onyo. Hakutakuwa na kisingizio cha kutokushiriki ujumbe wa Injili.

Mlinzi anapaswa kuwa na uwezo wa kuona.

Kuona ni tabia nyingine ya makusudi. Je! Umewahi kuwa kwenye eneo la akili au kati ya umati wa watu? Kwa sababu akili yako ilijaa mambo mengi ulikuwa haujui kabisa mazingira yako?

Tunapaswa kuwa makini na mavuno,
roho zilizopotea. Angalia Yohana 4:35

Unaifahamu kauli: 'Miezi minne kabla ya kupanda na kuvuna.' Lakini mimi nawaambia, amkeni na tazameni. Mashamba tayari yanavunwa.   Yohana 4:35 NLT

Tena, nasema kuona kwa makusudi ni muhimu kwa mavuno ya kila siku na kuokoa roho kila siku. Kumbuka tunamwamsha jitu lililolala.

Napenda kuwa kanisa linaitwa "jitu." Je, tunajua ni nani hasa? Tunabeba ukweli wenye nguvu zaidi ulimwenguni. Tunachukua hazina kubwa hii ndani ya vyombo vyetu vya udongo. Tunaposema, nguvu za Mungu mwenyezi zinatoka ndani yetu.

Bila shaka, mpinzani wetu anataka tujisikie vizuri ulimwenguni. Anahofu sana kanisa litakalotangaza ujumbe wa Injili wenye nguvu.

Hebu tuchunguze orodha hii sasa:

1. Maisha yenye shughuli nyingi:

Maisha yetu yanadhibitiwa na kile tunachopewa kipaumbele. Hii inapaswa kubadilika.

Tutianze sasa kutenga wakati wa kuokoa roho kila siku. Juu ya makusudi ya kuweka kipaumbele kutabadilisha jinsi tunavyowaona walioopotea. Tutakuwa na makusudi zaidi.

2. Sina uhusiano mzuri na watu:

Anza kusali kwa Yesu akusaidie kuona watu kwa njia tofauti. Kusali kwa njia hii kutatusaidia tusiione kazi yetu kama tu kuwasiliana na watu. Tutahamasishwa kuona jukumu letu kama "kuwaokoa roho kutoka kwenye moto wa milele."

3. Sina ujasiri wa kuwa shahidi:

Tunapokuwaomba Mungu ujasiri na imani, Mungu ataanza:

4. Kuondoa woga mioyoni mwetu.

Unaweza kuanza kwa kutumia vijarida vya kuokoa roho vya Injili. Vipeperushi vitazungumza badala yetu.

Kutoa salamu rahisi ya "Mungu akubariki," na unapopata nafasi, angalia ujumbe huu wa kutia moyo."

Sina mzigo kwa ajili ya waliopotea:

Wakati mwingine kukiri ukweli huu ni mgumu, lakini kama tunavyojua "kweli itatufanya tuwe huru!"

Kweli hii ni sababu nyingine nyingi kati yetu hatuwaokoi.

Hakuna uzito wa dhamiri kwa waliopotea.

Mzigo ni uzito mzito, fikiria kubeba mfuko mzito wa matofali kila mahali unapoenda. Kwanza kabisa, kamwe huwezi kusahau kuwa upo. Pili, pia utakuwa lengo lako la kudumu.

Bwana pekee ndiye anayeweza kuongeza mzigo wa mioyoni mwetu.

Tunapaswa kufanya hili kuwa sala ya makusudi.

Familia yangu na marafiki wameshakombolewa:

Kumbuka msemo huo wa zamani, "sisi wanne na hakuna mwingine."

Kwa bahati mbaya, kutokuwa na moyo wa kuokoa roho kunaweza kutokana na mtazamo wa ubinafsi. Mara nyingine tunaweza kuhisi kama vile tukiwa na familia na marafiki katika ufalme, basi tuko sawa.

Bila shaka, tunataka kuwaokoa marafiki na familia zetu. Lakini lazima tufungue mioyo yetu kwa ulimwengu. Kifungu hiki cha Biblia kinaeleza hilo vizuri zaidi.

> *16 "Kwa maana jinsi Mungu alivyopenda ulimwengu ni hii: aliutoa Mwana wake wa pekee, ili kila mtu amwamini asipotee, bali awe na uzima wa milele.*
> *Yohana 3:16*

Hebu tuombe

Baba wa mbinguni, tafadhali nisamehe kwa damu ya hatia iliyo kwenye mikono yangu. Naungama dhambi zote nilizofanya kwa kutoshiriki injili yako kwa waliopotea. Nataka kubadilisha hali hii kutoka leo kuendelea, tafadhali nifanye niweze kuwa na ufahamu zaidi wa mazingira yangu. Unitia mafuta niwe mshindi wa roho mwenye ufanisi kwa jina la Yesu, amina.

Kitabu cha Kazi Sura ya 7:

1. Ni nini kinakuzuia kushiriki Injili mara kwa mara?

   ____

   ____

   ____

2. Niweke nia kufanya nini ili kuwa na ufahamu zaidi wa waliopotea kila siku?

   ____

   ____

   ____

3. Eleza maana ya msemo "Damu mikononi mwako"? Ni nini kinachomaanisha?

   ____

   ____

   ____

Sura ya 8
Tuzo, Tuzo, Tuzo

23 Fanyeni kazi kwa nafsi zenu kama kwa Bwana, wala si kwa wanadamu, 24 mkijua ya kuwa mtapokea malipo ya urithi; kwa kuwa mnamtumikia Bwana Kristo.

Wakolosai 3:23,24 NLT

12 "Tazama, naja upesi, na tuzo yangu iko pamoja nami, kumlipa kila mtu kwa kadiri ya matendo yake.

Ufunuo 22:12 NLT

Matunda ya mwenye haki ni mti wa uzima, na yeye ashindaye roho ni mwenye hekima.

Kama waamini wa ufalme, tuna mengi ya kutazamia. Maandiko haya yafanya hili kuwa wazi.

> *8 Lakini watawala wa ulimwengu huu hawakuelewa; kama wangalielewa, wasingalimsulibisha Bwana wetu mwenye utukufu. 9 Ndivyo maandiko yanavyosema:*
>
> *"Hakuna jicho la mwanadamu lililowahi kuona, wala sikio kusikia, wala moyo wa mwanadamu kuwaza mambo Mungu aliyowatayarishia wampendao." 1 Wakorintho 2:8,9*

Tunapaswa kukumbuka kuwa kuokoa waliopotea ni zaidi ya kuwaokoa kutoka kwenye moto wa jehanamu.

Hii ndiyo picha wanayoiona kwa sababu tunapaka picha hii vizuri sana.

Ndio, bila shaka kuna haja ya dharura ya kuja kwa usalama, lakini kuna mbingu na hazina ya utukufu ya kupata tunapomkubali Yesu Kristo.

Kile ulimwengu unahitaji kuelewa kwa uwazi ni kwamba mbingu ndiyo ramani ya dunia. Kila kitu kinachoonekana kizuri na cha kushangaza sana duniani, unaweza kukiwazia mara 100,000, unapokilinganisha na mbingu. Tuzo za Grammy zimejulikana kama sherehe ya tuzo ya Hollywood iliyo na mvuto zaidi. Je! Unaweza hata kufikiria sherehe ya tuzo za mbinguni.

Kumbuka, mara 100,000 zaidi. Sherehe za mbinguni zitakuwa kubwa zaidi kuliko sherehe yoyote duniani milele.

Nataka kupaka picha ya kuvutia zaidi, kwa sababu kwa hakika mbingu ni hivyo. Ufunuo utaleta mkusanyiko wa viumbe wa mbinguni. Tutawaona mioyo iliyobadilishwa, miili mpya ya mbinguni ambayo haitapata tena maumivu. Hakuna tena maumivu ya moyo, hakuna mateso au kifo. Tutapata kutumia milele pamoja na marafiki na wapendwa wetu waliotutangulia. Tuzo kubwa zaidi ya yote ni kutumia milele na Baba yetu Mungu na Bwana na Mwokozi wetu Yesu Kristo. Sherehe kubwa sana.

Sasa turudi kwenye tuzo hii. Chukua dakika moja na nifuate ndoto yangu, unaweza kuifikiria hii. Uko mbinguni kwenye sherehe ya tuzo ni ya utukufu, kwaya ya mbinguni inaimba, malaika wanacheza wakiabudu na kumsifu Mungu. Unasikia muziki mzuri, sauti za tarumbeta na vyombo vya mbinguni vikipiga mziki mbinguni. Mara kuna kishindo cha sifa na ibada isiyotarajiwa inayotoka kwa kila mtu katika mahakama za mbinguni. Idadi ya watu na viumbe wa mbinguni ambayo haiwezi kuhesabiwa. Wanakusimama na kupiga makofi kwa shauku wanapomkaribisha Mungu wetu mmoja wa Utatu mwenye ushindi. Mara tu Baba yetu wa mbinguni na Bwana wetu na Mwokozi Yesu Kristo wanaketi kwenye kiti cha enzi cha mbinguni. Wananza sherehe ya tuzo; unasikia majina ya mamia of elfu yakitangazwa na kuthawabishwa. Sasa wakati wako umefika, ghafla unasikia jina lako likisikika kama tarumbeta likisikika kwa sauti kubwa mbinguni. Unasimama na kutoka mbele. Unamwona malaika mwenye utukufu akija mbele na hati iliyoandikwa kusoma mafanikio yako maishani.

Fikiria hili, weka jina lako hapa. Leo mahakama za mbinguni zinatambua upendo wako usio na mwisho kwa Bwana Mungu wako, leo unatambuliwa kwa njia yako endelevu na ya kimkakati ya kuwaokoa waliopotea kwa ufalme wetu. Leo unaheshimiwa kwa njia uliyoilisha wenye njaa duniani. Unasherehekewa kwa kuosha roho yako kwa kutubu na kufanya kazi kwa bidii kusamehe wengine haraka. Moyo wako umeinuliwa mbele ya kiti cha enzi cha Mungu kama harufu nzuri mbele zetu. Ulipokumbana na changamoto ya kuwa na nia safi, ulisali kwa bidii kutoka katika chumba chetu cha kiti cha enzi. Ulipokutana na dhambi, ulipigania kwa bidii ili isikushinde. Uliiruhusu upendo wa mwokozi wako kuchukua udhibiti kamili wa maisha yako. Ghafla unasikia filimbi na vigelegele, watakatifu, malaika, na kila mtu katika mahakama za mbinguni wanasherehekea kwa furaha. Malaika amemaliza kutangaza tamko lako na anaanza kufunga kitambaa hicho.

Ghafla kutoka mbali unaona Malaika 3 wakitembea kuelekea kwako na mavazi 3 mikononi mwao. Mmoja ana vazi la satin jeupe na zambarau zuri; malaika mwingine ana ukanda wa dhahabu wa kitani kwa kiuno chako. Malaika wa tatu ana taji ya dhahabu inayong'aa zaidi. Kuna almasi wazi sana zenye kung'aa zikisambaa kuzunguka taji. Imeandikwa mbele ya taji ni jina lako, na chini ya jina lako kuna maandishi yanayosema, "MPATAJI WA ROHO MWEMA." Mwokozi wetu Yesu Kristo anasimama, Mungu Baba anasimama nyuma yake. Anaweka taji kichwani mwako, huku akisema, "Vizuri umefanya, mtumishi mwema na mwaminifu!!! Tunakukaribisha katika furaha ya milele ya Bwana wetu.

Jeshi zima la mbinguni linashangilia na kusherehekea kwa sifa. Wow! Unaweza kuifikiria hii! Hii ni taswira ya kufikirika ya sherehe ya tuzo za mbinguni.

Ndio, sote tunapenda kuthawabishwa na kusherehekewa. Lakini kuna furaha kubwa zaidi kujua kuwa taji letu litawakilisha kwamba tumekuwa waaminifu na waadilifu kwa Mungu wetu. Taji letu pia litawakilisha roho nyingi ambazo uaminifu wetu kwa Mungu umewakomboa kutoka kwenye milango ya kuzimu.

Twendeni kuomba

Baba, asante kwa kunipa moyo na ufahamu wa kuokoa roho. Ninaomba niwe mshindi mwenye shauku wa roho na kubeba mzigo wa waliopotea kila siku. Tafadhali niongoze kwa roho ambazo zimeunganishwa na maisha yangu. Natangaza leo kwamba sitakuwa kama nilivyokuwa. Bwana, geuza moyo na akili yangu, nipe mzigo usioweza kufa kwa waliopotea kwa jina la Yesu, Amina.

Mwongozo wa Sura ya 8:

1. Faida zipi za kuwa Mkristo?

____

____

____

2. Je, kushinda roho ni jambo lenye umuhimu gani kwako?

____

____

____

3. Shahidi mwaminifu anafanana vipi?

____

____

____

BWANA YESU MWENYEZI, NINATAKA KUSEMA ASANTE KWA KUNIOKOA. NISADIE KUHISI UMAHIRI WAKO KWA WATU WALIOPOTEWA. NIPE UPENDO KWA WAPOTEAJI KATIKA DUNIA HII. NATAKA KUTEKELEZA AMRI KUU. UNITIE UWEZO WA KUENDA NA NIDHAMU NA UPENDO WAKO. WEKA MANENO YAKO KINYWANI MWANGU NITAKAPOTOA UJUMBE KWA WALE WANAOKUHITAJI. ONDOA HOFU NA UBAKIAJI, ONDOA HISIA ZANGU NA MWILI. NIACHE NIONGOZWE NA ROHO WAKO MTAKATIFU. WEKA WATU KATIKA NJIA YANGU WANAOMHITAJI KUKUJUA KAMA MWOKOZI NA BWANA KWA JINA LA YESU. AMEN